என்னுடைய கிறுக்கல்

AF658669

கி. காயத்திரி

aelay publish

என்னுடைய கிறுக்கல்
கவிதை
ஆசிரியர் : கி.காயத்திரி 2022 ©
முதல் பதிப்பு : செப்டம்பர் 2022
வெளியீடு : ஏலே பதிப்பகம்
5/175, பாத்திமா நகர், கூத்தென்குழி,
திருநெல்வேலி - 627104
தொடர்புக்கு : +91 9944992571

Ennudaya Kirukkal
Poetry

First Edition : September 2022
Pages: 48
ISBN : 978-93-5533-650-7
Aelay Publish
Contact : +91 9944992571
Designed by : Aelay publish team

ஓர் பார்வை

அன்பாய் ஓர் பார்வை!
ஆசையாய் ஓர் பார்வை!
இன்பமாய் ஓர் பார்வை!
ஈடணமாய் ஓர் பார்வை!
உணர்ச்சிகளாய் ஓர் பார்வை!
ஊசியாய் ஓர் பார்வை!
எண்ணங்களாய் ஓர் பார்வை !
ஏமாற்றமாய் ஓர் பார்வை!
ஒளியாய் ஓர் பார்வை!
ஓசையாய் ஓர் பார்வை!
ஔடதமாய் ஓர் பார்வை!

இதயத்தின் ஓசை

ஏதோ ஒன்றை
என் இதயம் நினைத்து ஓசைக்கிறது !
ஏதோ ஒன்றை
என் இதயம் நினைத்து வாழ்கிறது!
ஏதோ ஒன்றை
என் இதயம் நினைத்து சிந்திக்கிறது!
ஏதோ ஒன்றை
என் இதயம் நினைத்து பூக்களாய்பூக்கிறது!
ஏதோ ஒன்றை
என் இதயம் நினைத்து தேனாய் தித்திக்கிறது!
ஏதோ ஒன்றை
என் இதயம் நினைத்து இன்பமடைகிறது!
ஏதோ ஒன்றை
என் இதயம் நினைத்து அலைகின்றது!
ஏதோ ஒன்றை
என் இதயம் நினைத்து அழுகின்றது!
ஏதோ ஒன்றை
என் இதயம் நினைத்து ஆசைப்படுகிறது!
ஏதோ ஒன்றை
என் இதயம் நினைத்து இகழ்ச்சியடைகிறது!
ஏதோ ஒன்றை
என் இதயம் நினைத்து ஏங்குகிறது!
ஏதோ ஒன்றை

என் இதயம் நினைத்து எதிர்ப்பாக்கிறது!
ஏதோ ஒன்றை
என் இதயம் நினைத்து இசைக்கிறது!
ஏதோ ஒன்றை
என் இதயம் நினைத்தது கல்வி என்று
புரிந்துக்கொண்டேன்!
ஏதோ ஒன்றை
என் இதயம் நினைத்த ஓசைகள் பல
அறிந்துக்கொண்டேன்!
ஏதோ ஒன்றை
என் இதயம் நினைத்த கல்வியை வெற்றி
படிகளாக மாற்றி வாழ்வையே புரிந்து
கொண்டேன்!
என் இதயத்தின் ஓசைக்கேற்ப வாழ்வையே
வெற்றிக் காணச்செய்தேன்!
ஓசைகள் பல ....

தோழி

அன்பான நெஞ்சமும் நீயே!
ஆருயிரில் கலந்தவளும் நீயே!
இன்பத்தை அளித்தவளும் நீயே!
ஈகையை உணர்த்திவளும் நீயே!
உலகமும் நீயே!
ஊற்றும் தேனும் நீயே!
என் வெற்றியை பகிர்பவளும் நீயே!
ஏமாற்றம் தருபவளும் நீயே!
ஐஸ்வர்யமாய் வாழ்வில் வந்தவளும் நீயே!
ஒற்றுமையாய் எனை மாற்றியவளும் நீயே!
ஓசைகளாய் வழிநடத்துபவளும் நீயே!
ஔவை சொன்ன முதுமொழியும் நீயே!
அஃதே என் நிழலான தோழியும் நீயே!

மழை

❤

அனைவரையும் காக்கும் மழையே !
ஆசையாய் காக்க வைக்கும் மழையே !
இன்பத்தை மக்களுக்களிக்கும் மழையே !
ஈகையை செலுத்திய மழையே !
உலகத்தின் உயிரே மழையே !
ஊற்றாய் ஊற்றும் மழையே !
என்னாசை மழையே!
ஏழைக்காக வருகைத் தரும் மழையே !
ஐஸ்வர்யத்தை விவசாயிக்கு அளிக்கும் மழையே !
ஒற்றுமையாய் வானிலிருந்து பொழியும்
மழையே!
ஓயாது மக்களுக்காக வியர்வை சிந்தும் மழையே !
ஔடதம் கருதி வாசனையுடன் வரும் மழையே !
அஃதே எங்கள் காதல் மழையே !

காதல்

❤

அன்பும் அவனே!
ஆசைகளும் அவனே!
இன்பமும் அவனே!
ஈகமும் அவனே!
உயிரும் அவனே!
ஊற்றும் நீரும் அவனே!
என்னவனும் அவனே!
ஏமாற்றங்களும் அவனே!
ஐயமும் அவனே !
ஒற்றுமையும் அவனே!
ஓசைகளும் அவனே!
ஔடதமும் அவனே!
அஃதே என் உயிர் காதலனும் அவனே!

இதயத்தின் கனா

அன்றோ அன்னையின் கருவறையில்
ஆசைகளோடு நான்!
இன்பமான சூழ்நிலைகளில்
ஈகமான மனமோடு நான்!
உலகத்தை கண்டறியும் வேலை
ஊற்றாய் நீந்த நான்!
எண்ணங்கள் பல மனதில்
ஏமாற்றம் இல்லா வாழ்வில் நான்!
ஐயம் இல்லாமல் நான்!
ஒற்றுமை உணர்வோடு
ஓயாது உழைக்கும் நிஜத்தில் நான்!
ஔடதமாய் நான்!
அஃதே என் இதய கனவோடு நான்!

காதல்

❤

அன்பை உணர்ந்த வேலையில்
ஆருயிரில் கலந்து
இன்பப்பூவாய் பூத்து
ஈகம் மணம் என்மீது வீசி
உலகத்தையே புதிதாக பார்த்து
ஊஞ்சல் போன்று பறந்து
என்னவனை கண்ட தருணமே !
ஏமாற்றம் இல்லாத வாழ்வை
ஒப்பீடு செய்தேன் கனாவில்
ஓங்கிடும் காதலை நினைத்தாலே
என் மனம் ஏனோ எங்கோ செல்கிறது
நீ என்ன மாயம் செய்தாய் காதலே !

ஆசிரியர்

❤

அன்பும் நீயே!
ஆருயிரும் நீயே!
இன்பமும் நீயே!
ஈகையும் நீயே!
உலகமும் நீயே!
ஊற்றும் நீயே!
எழிலும் நீயே!
ஏழிசையும் நீயே!
ஐயமும் நீயே!
ஒற்றுமையும் நீயே!
ஓடும் நதியும் நீயே !
ஔவையும் நீயே!
அஃதே என் உயிர் ஆசிரியரும் நீயே!

பள்ளி பயணங்கள்

கனவுகளோடு நாங்கள் !
காற்றில் பறப்போம் என்ற நம்பிக்கை!
கிளிப்போன்ற நட்பு !
கீரிப்போல் இல்லா பாதைகள்!
குயில் போன்ற குரலில்
கூச்சலிட்டு நடத்தும் பாடம்!
கெடுதல் இல்லா மனம்!
கேடு நினைக்கா அறிவு!
கைகள் இணைந்து கற்ற பாடம்!
கொடுத்து உதவிய பண்பு!
கோலங்களான வாழ்வு!
கௌதமி போல் நீண்ட பயணங்கள்!
அஃதே எம் பள்ளியின் காலங்கள்!

தமிழ் மொழியே

அன்னையான மொழியை!
ஆர்வமுடன் கற்கும் மொழியே!
இன்பமான மொழியே!
ஈடினமில்லா மொழியே!
உலகத்தை தன்வசமாக்கும் மொழியே!
ஊடகமாய் திகழும் மொழியே!
என்னாசை மொழியே!
ஏழிசையோடு திகழும் மொழியே!
ஐயமில்லாத மொழியே!
ஒற்றுமையை உணர்த்திய மொழியே!
ஓசையுடன் வாழும் மொழியே!
ஔவை சொன்ன முதுமொழியே!
அஃதே தாயாகிய தமிழே!

நட்பு

❤

நட்பு என்ற சொல்
என் மனதில்
ஏனோ?இன்பத்தை
அளிக்கிறது!
நட்பு என்ற புனிதம்
என் வாழ்வையே
அழகாய்
மாற்றியது!
ஏனோ தெரியவில்லை
காதலின் அன்பையும்
பிரிவையும் விட
நட்பின் ஆழங்கள்
பெரியது!
காலங்கள்
கடந்த பிறகும்
மனங்களில் மாறாத
ஒரே உறவு என் உயிர் நட்பு!

தலைப்பு : மகா கவி பாரதியார்

பெயர் :கி.காயத்திரி

ஊர் :திருநெல்வேலி மாவட்டம்

பாரதி........

*அவன் எழுதியது
மட்டுமா கவிதை?
அவனே ஒரு
கவிதை! //

* தீண்டாமைப்
புழுக்கங்களுக்கு
அவன் தானே
விசிறி! //

* விடுதலைப்
போர்க்களத்தில்
அச்சமின்றிக் கூவிய
புரட்சிக்குயில்!//

* கூச்சல்களைக்
கூர்மைப்படுத்திப்
போராட்டம்
ஆக்கியவன்! //

* உளுத்துப்போன
கருத்துக்களை
எழுத்துகளால்
கொளுத்தியவன்! //

* உயரங்களை
மறுதலித்து
துயரங்களை
ஏற்றவன்! //
* கவிதைகளைக்
கைவாளாக்கி
சமரசமின்றி
போரிட்டவன்!//
* அடுப்பூதிய
பெண்களை
புல்லாங்குழல்களாக்க
போர் தொடுத்தவன்! //
* சக்தியிடம் வேண்டி
சக்தி பெற்றவன்
சத்தியம் தவறாத
சக்தி தாசன்! //
* பெண்ணடிமை
சிந்தனையை
மண் மூடவைத்த
முண்டாசுக்கவி ! //
* எப்போதும்
மக்களுக்காகவே
பாடிய
மகாகவி! //

* முறுக்கு மீசையையும்
முண்டாசுத்தலையையும்
வீரத்துக்கே அடையாளம்
ஆக்கியவன்! //
* அவன் பாய்ச்சிய
வெளிச்சத்தில் தான்
பாதைகள் பல
உண்டாயின! //
* பாட்டுக்கென்று
படைக்கப்பட்டவன்
பாட்டுக்கொரு
புலவன் ஆனான்!//
* அவனே ஓர்
அழகுச்சின்னம்
அவனுக்கு வேண்டாம்
நினைவுச்சின்னம்! //
* பாரதி யாரென்று
கூறப்படத்தான்
பாரதியார்
என்றே சொல்கிறோம்! //
* வாழ்க பாரதி புகழ் *

என் வெற்றி

என் வெற்றி
எனை மாற்றியது!
எனை வளர்த்து
எனை அடையாளம் காணச்செய்தது!
என் போன்ற மனங்கள்
தனது வெற்றிக்கு ஏங்குகிறது!
ஆம்! ஏன் தெரியுமா?
என் வாழ்வில்
எனை வேண்டாம்
என் சொன்னவர்கள் மத்தியில்
என் வெற்றியே
அவர்கள் கேள்வியின் பதில்!

தரணி போற்றும் பரணி

நீரின்றி அமையாது உலகெனின் யார்யார்க்கும்
வானின்றி அமையாது ஒழுக்கு.
என்பது வள்ளுவனின் வாக்கு. நான் தரணி
போற்றும் பரணியைப் பற்றி ஓர் அழகிய கவிதை
Poetry
அன்னையான பூங்குளத்தில் தோன்றி
அழகான தென்பொதிகையில் பாய்ந்து
அனைவரையும் தன்வசமாக்கும்
அருளே எங்கள் தாமிரபரணியே! ஆர்வமுடன்
வரும் உறவுகளின் நெஞ்சித்தில்
ஆலமரம் போல் நிலையாய் குடியிருந்து
ஆண்டவரின் உள்ளங்களில் ஆழமாய்
ஆற்றலை உருவாக்கும் பரணியே !
இறைவன் அளித்த கொடைகளில்
இயற்கை மணம் மாறாத
இன்பூற்றும் நீரோட்டங்கள் எங்கள் மனதில்
இருக்கின்ற அழியா பரணியே!
ஈகையை அனைவரிடமும் செலுத்தி
ஈகம் மணம் வீசி
ஈடணம் கொண்ட
ஈடினமே தரணிபோற்றும் பரணியே!
உன் உறவுகளினால்
உயிர் வாழும் நாங்கள்
உறங்காமல் உன்னை நினைத்து
உருகிக் கொண்டிருக்கிறோம் பரணியே!

ஊஞ்சல் போன்ற உன் நீரோட்டங்கள்
ஊழல் இல்லாமல் மூன்று மாவட்டங்களில்
ஊடுருவி தேனாய்
ஊற்றவைக்கும் பரணியே!
எழில் கொஞ்சும் உன் அழகில் நாங்கள்
எல்லோரும் மயங்கி
எங்கள் வருகையின் தேவையை நிறைவேற்றி
எத்திசையிலும் பெருமையாகப் பேசப்படும்
வற்றாத ஜீவ நிதியே!
ஏழை பணக்காரன் என்ற பேதமின்றி
ஏடுகளில் உன் மகிமை பாடி
ஏமாற்றம் அடையாமல்
ஏராளமான மக்கள் உன்னைத் தேடி
மகிழ்வடையச் செய்யும் பரணியே!
பனிக்கூழ் போயிருக்கும் நீரில்
ஐயம் இல்லாமல் இறங்கி நீராடி
ஐஸ்வரியம் பெற்ற உன் நீரில்
ஐம்பால் பேதமின்றி சமமாக போற்றும்
பரணியே!
ஒற்றுமை என்னும் உணர்வு போற்றிடின்
ஒன்றுபட்ட சமுதாயம் தழைத்தோங்கும்
பரணியே!
ஓயாது உழைத்திட முனைந்திடின்
ஓங்கிடும் புகழ் தரணியெங்கும்!
ஔவை சொன்ன முதுமொழியை
ஔடதம் போன்று கருதி வாழ்ந்திடின்!
பரணி புகழ் பாடும் தரணியிலே!
அஃதே புண்ணைகாயில் தன்னைக் கரைக்கும்
பொருநையே!

வாழ்க பரணி! புகழட்டும் தரணியிலே!

விவசாயி

அதிகாலையில் எழுந்து
ஆருயிராய் நினைக்கும்
கதிரவனை வரவேற்று
இன்பமுடன் கழனியில்
ஈகமுடன் இறங்கி
உலக மக்களுக்காக
ஊஞ்சல் போல் பரக்கை செய்து
என் போன்ற குழந்தைகள் மனதில்
ஏழை பணக்காரன் பேதமின்றி
ஐம்பால் பேதமின்றி
ஒற்றுமையுடன் இணைந்து
ஓயாது உழைக்கும் பண்பினை
மனதில் வளர்த்து
ஔடதம் கருதி வாழும்
விவசாயிகளின் ஒலியே
இவ்வெளிபாடு

தமிழும் தமிழரும்

❤

தமிழ் இல்லையேல் தமிழன் இல்லை!
தமிழன் இல்லையேல் தமிழ் இல்லை!
தமிழ் என்ற சொல்லுக்கு தேவை உயிர்மெய்....
உயிரும் மெய்யுமாய் இணைந்து
தமிழை காப்பவன் தமிழன்!
ஏறுழுது தமிழின் பண்பாட்டைக் காப்பவன்
தமிழன்!
பல ஏடுகளையும் இலக்கியங்களையும்
கொண்டது தமிழ்!
தமிழன் வீரத்தில் உயர்ந்தவன்!
தமிழ் மொழிகளில் உயர்ந்தது!
தமிழனின் அடையாளம்
வீரமும் முறுக்கு மீசையும் !
தமிழுக்கு அடையாளம்
மொழிகளில் சிறந்தது என்ற பெருமை!
தன்மானத்தை விட்டுக்கொடுக்காதவன் தமிழன்!
தன் மணத்தை உலகெங்கும் பரப்புவது தமிழ்!
தமிழன் உயிரை துறந்தாலும் துறப்பான் !
தாய் தமிழை விமர்சிப்பவனை
தன் தாய் தடுத்தலும் விடமாட்டான் வீரத்தமிழன்!
!வாழ்க தமிழ்!

அன்னை

என் அன்னை
கருவுற்ற
தருணம்!
என் அன்னை
எனை அன்பாலும்
அரவணைப்பாலும்
பல கனவுகளுடன் சுமந்தாள்!
அக்கனவுகளோ?
என்னிடம் சொன்னது
நான் அன்பாய்
ஆருயிராய்
இன்பமாய்
ஈகமனமாய்
உலகமாய்
ஊற்றாய்
எழிலாய்
ஏழிசையாய்
ஒற்றுமையாய்
ஓயாது உழைக்கும் உ ழைப்பாய்
ஔடதமாய்
நான் இருக்க வேண்டும்
என்னும்
என் தாயின் கனவுகள்!
பல கனவுகள் எனைப்பற்றி
நினைக்கும்
தருணத்தில்
ஓர் இடுப்பு வலி

அவ்வலியில் அவள்
துடித்த வேளை!
என்னை தன்
கண்ணீராலும்
குருதியினாலும்
பெற்றெடுத்தாள்!
எனக்கு பசிக்கும்
போதெல்லாம்
தன் குருதியை
தாய்ப்பாலாக மாற்றி
எனக்கு உணவாக
அளித்தாள்!
நான் இவ்வுலகில்
அடியெடுத்து
வைத்தேன்!
முதலில் தாயை
அடையாளம்
கண்டேன்!
அம்மா என்று
அழைத்தேன்
அவளோ புன்னகையிட்டால்!
ஓர் தாய்
எப்படி இருக்க வேண்டும்
என்ற கற்பனைகளோ?
என்னிடம்!

கற்பனைகளை
பகிராமலே
என் அன்னையோ
அப்படியே
இருந்தாள்!
என் தாய்
எனக்கு
அன்னையாக
மட்டுமல்ல
மாறாக
தோழியாகவே
இருந்தாள்!
ஓர் நாள்
நான் வெற்றி பெற்று
வந்தேன்
முதல் கண்ணீரும்
முத்தமும்
அவளிட்டாள்!
தினமும் காலையில்
எழுந்து
எனக்கு பிடித்ததை
சமைத்து தந்து
தலைசீவி
பொட்டு வைத்து

பள்ளிக்கு
அனுப்பி வைத்து
நான் வரும் வரை
எனை எதிர்பார்த்து
எனக்காக
ஏங்கும் ஓர்
உயிர் என்
தாய் !
சிறிய வயதில்
நிலவைக்காட்டி
சோறூட்டியவள்!
எனக்காக
வாழ்பவள்!
நான் வாழும்
ஒவ்வொரு நிமிடமும்
அவள் இல்லாத
வாழ்வு
என்றென்றும்
எனக்கு வேண்டாம்!
அவளே என் உயிர்!

என் பள்ளி

சிறகடித்து பறந்து
வரும் பட்டாம்பூச்சி
பூவில்
தேனைக்
குடித்து
மகிழ்வது போல
எங்களின்
அறிவுத்திறனை
வளர்த்து
எங்களை
பறக்க வைத்த
பள்ளியே!
உன்னில்
எங்களைக் கொண்டு
மகிழ்ச்சியையும்
அறிவையும்
பெற்றெடுத்து
சின்னஞ்சிறு
கோபங்கள்
சண்டைகள் என
பல நினைவுகளை
நீ
எங்களுக்கு
தந்தாய்!
யாரோ நீ
யாரோ நான்
என்றிருந்த

எங்களை

ஜாதி, மதம் ,இனம்
என்ற பேதமின்றி
ஒற்றுமையை
எங்களிடையே
உணர்த்திய
பள்ளியே!
வகுப்பறையில்
ஆசிரியரில்லா
நேரங்களில்
நண்பர்களுடன்
சிரித்து பேசி
விளையாடி
தலைமையாசிரியரிடம்
எங்கள்
வகுப்பறை
மாட்டிக்கொண்டு
மனிப்புக்கேட்டு
ஒழுக்கத்தைக்
கற்றுக்கொடுத்த
பள்ளியே !
ஆயிரம் தான்
எங்கள்
ஆசிரியர்கள்
எங்களை
திட்டினாலும்

மறு நிமிடம்
இன்முகத்தோடு
பாடங்களை
நடத்தி
எங்களிடம் பேசி
உற்சாகப்படுத்தும்
ஆசிரியர்களே!
ஆசிரியர்கள்
அனைவரும்
கண்டிப்பதில்
அப்பாவைப்போலவும்
பாதத்தில்
அன்னையைப்போலவும்
எங்களிடம்
நடந்துக்கொண்டு
ஊக்குவிக்க
வைத்த
பள்ளியே!
எங்களை ஓர்
மாணவனாக
எண்ணாமல்
தான் பெற்ற
குழந்தைகளைப்
போல் எண்ணி
எங்களின்
திறன்களை
வெளியுறச்செய்து
வெற்றியைக்
கண்டறியச் செய்த
பள்ளியே!

தமிழர்
பண்பாடு
மறவாமல்
கூட்டாஞ்சோறு
எனும்
உணர்வை
என்னுள்
அளித்த
பள்ளியே!
கரங்கள்
குவித்து
இறைவனை
மட்டும்
வழிபடச்செய்யாமல்
கரங்களை
தானமாக
ஏழைகளுக்காக
ஏழை மாணவர் நிதி
செயல்பாட்டை
உதவும் நோக்கத்தை
எமக்கு
உணர்த்திய
பள்ளியே!
அன்பாய்
ஆசையாய்
இன்பமாய்
ஈகையாய்
உற்சாகமாய்
ஊடகமாய்
எண்ணங்களாய்

ஏழிசையாய்
ஐஸ்வர்யமாய்
ஒற்றுமையாய்
ஓசையாய்
ஔடதமாய்
பல நினைவுகள்
என்னில்
எழச்செய்த
பள்ளியே!
எங்களுக்காக
எம் உயர்வுக்காக
அலுவலகத்தில்
பல்வேறு
சலுகைகளை
தந்து
எமக்கு உதவிய
பள்ளியே!
இன்று எங்களின்
இறுதி நாள்
இறுதி நாளாக
இருந்தாலும்
எங்கள் இறுதி
வரையிலும்
மனதிலும்
அழியாமல்
இருக்கும்
எங்கள் பள்ளியே!!
என்றென்றும் உன் நினைவுகளால் நாங்கள்!

கவிஞன்

❤

கண்கள் இருந்தும்
இருளில் மூழ்கியிருந்த
பூவுக்கு
கவிதை எனும் வெளிச்சம்
பூ மீது வீசி
கவிஞன் எனும்
பெயரையும் சூட்டி
உலகத்திற்கு அடையாளம்
காணச்செய்தது !
கவிதையை உணரும்
வேலை காதலை விட
சுகமானது!
கவிஞன் என்பது
பெயரல்ல மாறாக
கவிஞன் என்பவன்
தமிழை சுவாசிப்பவன்!
அனைத்தையும் உயிராகவும்
காதலாகவும் நேசிப்பவன் !

வாய்ப்பளிக்கும் வாழ்க்கை

அன்னை கண்ட கனவுகள் !
ஆசை நிறைந்த கற்பனைகள் !
இன்பம் நிறைந்த வாழ்க்கை!
ஈடணமில்லா பந்தங்கள்!
உலகை கண்ட வேலைகள் !
ஊடகமாய் திகழ நினைக்கும் நிமிடங்கள் !
எண்ணங்கள் நிறைந்த மனம்!
ஏமாற்றம் கண்ட உள்ளம்!
ஐயத்தோடு வாழ்ந்த வாழ்க்கை!
ஒதுக்கிய நெஞ்சம்!
ஓசையாய் வந்த கவிதை!
ஔடதம் கருதி வாய்ப்பளித்த வாழ்க்கை!
அஃதே என் வாழ்வின் பயணம். ....

கண்ணான கண்ணே

❤

அன்பைக் காட்டிலும்
ஆசையைக் காட்டிலும்
இன்பத்தைக் காட்டிலும்
ஈகையைக் காட்டிலும்
உலகைக் காட்டிலும்
ஊற்றைக் காட்டிலும்
எழிலைக் காட்டிலும்
ஏழிசையைக் காட்டிலும்
ஐஸ்வரியத்தைக் காட்டிலும்
ஒற்றுமையைக் காட்டிலும்
ஓசைகளைக் காட்டிலும்
ஔடதத்தைக் காட்டிலும்
என் தந்தை பாசத்துக்குஎதுவும் ஈடிணமே!..

துக்கங்கள் ஆயிரம்
இருந்தாலும்
பாதைகள் பல
தேடி
தூரங்கள் செல்வதே
வாழ்க்கை!

கானல்நீர் சூழ்ந்தாலும்
கண்களில் கண்ணீர் சூழ்ந்தாலும்
காயங்கள் பல சூழ்ந்தாலும்
என் மனம் என்றும்
கலங்காது!

நீரின்றி மீன்கள்
வாழ முடியாது!
வானின்றி மழை
வாழ இயலாது!
நிலமின்றி உயிர்கள்
வாழ முடியாது!
நெருப்பின்றி பனியில்
வாழ இயலாது!
காற்றின்றி மனிதனால்
வாழ முடியாது!
இயற்கையின்றி இவ்வுலகமே
இயங்க இயலாது!

தேர்வு நாட்கள்

அயராது படித்து
ஆசைகளை தள்ளி வைத்து
இன்பத்தை மூட்டையிட்டு
ஈடணமில்லா கல்வியை படித்து
உடலை வருத்தி
ஊற்றாய் சிந்திய வேர்வைத்துளிகள்
என்னிடமிட்ட கேள்வியை
ஏமாறும் வண்ணம் பதிலிட்டு
ஒற்றுமையை ஒதுக்கி
ஓயாது உழைத்து
ஔடதம் கருதி விழிக்கச்செய்த
அஃதே என் தேர்வு நாட்களே!

ஒருவருக்கு வரும்
வாய்ப்புகளை
தவரவிடாதீர்கள்!
ஏனென்றால்
வாய்ப்புகள் மட்டுமே
உன்னை
அடையாளம் காணச்செய்யும்!

ஒருவன் வாழ்வில்
நீங்கள்
ஏதேனும் அவனுக்கு
பரிசுகள் கொடுக்க
நினைத்தால்
அவமானங்களும்
தோல்வியையும்
கொடுங்கள் ஏனென்றால்
அவ்நிகழ்வுகள் அவனை
மேலும் உயரத்தையும்
வெற்றியையும்
அடையச்செய்யும்!

காதலின் பிரிவு

கண்கள் இரண்டு
கொள்ளைக் கொண்ட நேரம்!
இதயம் இரண்டு
இடமாறிய வேலை!
ஒருவர் ஒருவர் பார்க்கமுடியாமல்
தவிக்கும் தவிப்பு!
இதழ் இரண்டு
ஓசைக்கும் தருணம்!
திடீர் ஓர் நாள்
ஓர் இதயம் மற்றும் பிரிந்தது!
ஏனென்று தெரியவில்லை!
ஆனால்
உன் நினைவுகள் மட்டும் என்னுள்
ஆறுதலாய்..........

மீண்டும் நீ வருவாயா?

அன்பைப் பகிர்ந்தோம்!
ஆசைகளைப் பகிர்ந்தோம்!
இன்பத்தை பகிர்ந்தோம்!
ஈடணமில்லா காதலை பகிர்ந்தோம்!
உலகைகனாவில் பகிர்ந்தோம்!
ஊற்றாய் ஊற்றும் கண்ணீரை பகிர்ந்தோம்!
எங்களின் துன்பங்களை பகிர்ந்தோம்!
ஏமாற்றம் கொண்ட வாழ்வை பகிர்ந்தோம்!
ஐயங்களை பகிர்ந்தோம்!
ஒற்றுமைக்கொண்ட பயணங்களை பகிர்ந்தோம்!
ஓசைகளை பகிர்ந்தோம்!
ஔடதம் கருதும் உணர்ச்சிகளை பகிர்ந்தோம்!
அனைத்தையும் பகிர்ந்தோம். ..
ஆனால் தனிமையில் மட்டும் நான்
என்னுள் மீண்டும் வருவாயா?

பாவையே

அன்பான பாவையே !
ஆசைகளை பகிரும் பாவையே !
இன்பத்தைக் காட்டிய பாவையே!
ஈகையையுணர்த்திய பாவையே!
உலகைக் கண்களில் காட்டிய பாவையே!
ஊற்றாய் நேசத்தையளித்த பாவையே!
என் கருமணிக்குள் நுழைந்த பாவையே!
ஏழிசையாய் காதலை பகிர்ந்த பாவையே!
ஐஸ்வர்யத்தை தந்த பாவையே!
ஒற்றுமையை ஊட்டிய பாவையே!
ஓசைகளால் மனதை பரித்த பாவையே!
ஔடதத்தை நிகழ்த்திய பாவையே!
அஃதே என் வாழ்வில் வந்த கண்மணியே!
உன் அழகைப் பற்றி கூற
என் கருமணியால் முடியாது!
என் கண்களில் உனக்கு இடமில்லை........

கண்கள் இரண்டு விழி மூடாமல்
உனை ரசிக்க சொன்னது!
கால்கள் இரண்டு
உனை பின்தொடர சொன்னது!
கிளிகள் இரண்டு பறந்துவந்து
உன்னிடம் பேச சொன்னது!
கீரி இரண்டு தவழ்ந்து வந்து
உன்னிடம் அன்பு சண்டை போட சொன்னது!
குயில் இரண்டு ஆனந்த பாடல்
உன்னிடம் பாட சொன்னது!
கூச்சல்கள் நிறைந்த பறவைக்கூட்டங்கள்
உன்னுள் எனை பறக்க சொன்னது!
கெடுதல் நினைக்கா மனம் ஒன்று
உனை நினைக்க சொன்னது!
கேடு தரா அறிவு ஒன்று
உனை வழிநடத்த சொன்னது!
கைகள் இரண்டு இணையும் கனாஒன்று
உனைப்பற்றி அதிகம் என்னிடம் சொன்னது!
கொடுத்து உதவும் உள்ளம் ஒன்று
உன்னை உயர்த்தி சொன்னது !
கோடி கணக்கான பூக்கள்
உன் அழகை சொன்னது!
கௌதம் வழியில் தோன்றிய
உனைப்பற்றி எவ்வாறு என் கவி கூறும் !
அஃதே என் வாழ்வில் தோன்றிய நட்பே!
என்றும் இவ்வன்போடு........

முதல் காதல்

அன்பாய்பூத்திருநதேன்!
ஆசையாய்நுழைந்தாய்!
இன்பங்ளாய்வாழ்வில்நுழைந்தாய்!
ஈடணமாய் வாழ்வில் நுழைந்தாய்!
உள்ளத்தில் சிவந்திருந்தேன்!
ஊடகமாய் மனதுள் நுழைந்தாய்!
என்னவனாய் உனை நினைத்திருந்தேன்!
ஏழிசையாய் என் செவியில் நுழைந்தாய்!
ஐயமாய் வியந்து நின்றேன்!
ஒற்றுமையாய் இதயத்தில் நுழைந்தாய்!
ஓசையாய் ஒலித்தேன்!
ஔடதமாய் எனை வென்றாய்!
அஃதே என் காதலனே!

Without you

அதிகமாய் பேசியதில்லை
பேசும் வார்த்தைகள் என்னுள்!
ஆசையாய் கொஞ்சியதில்லை
கொஞ்சும் கனாமட்டும் என்னுள்!
இசையாய் திகழவில்லை
திகழும் உள்ளம் என்னுள்!
ஈகையாய் உன் நெஞ்சம் காட்டியதில்லை!
காட்டும் இதயம் என்னுள் !
உலகாய் உனை சுற்றியதில்லை
சுற்றும் ஆசைகள் என்னுள்!
ஊற்றாய் சிந்தியதில்லை
சிந்தும் கண்ணீர் என்னுள்!
என்னாசையாய் நீ பார்த்ததில்லை
பார்த்த விழிகள் என்னுள்!
ஏமாற்றங்களாய் நினைத்ததில்லை
நினைத்த காதல் என்னுள்!
ஐயமாய் காணவில்லை
கானும் வியப்புகள் என்னுள் !
ஒற்றுமையாய் நடக்கவில்லை
நடக்கும் சொப்பனம் என்னுள் !
ஓசையாய் இசைக்கவில்லை
இசைக்க துடிக்கும் இதழ்கள் என்னுள்!
ஔடதமாய் முடிக்கவில்லை
முடிக்காத உன் காதல் என்னுள் !
நீ என்னோடு இல்லை இல்லை என்றாலும் நான்
உன்னுள்!

என்றுமே நட்போடு

கண்ணான கண்ணே
எனைக் கொண்டவர்
எனை காக்கும் காவலனாய்
எனை வழிநடத்தும் தோழனாய்
எனை நேசிக்கும் காதலனாய்
எனை கொஞ்சும் கிளிகளாய்
எனை புரிந்துக்கொள்ளும் புரிதலாய்
எனை சண்டையிட வைக்கும் கோபமாய்
எனை சுவாசிக்கும் மூச்சாய்
எனை சுமக்கும் தோலாய்
யார் இவர்
எனை மட்டும் வாழ்வாய் கொண்ட என் தந்தை !

விவசாயம்

❤

அன்னையான வயலில்
ஆருயிரான விவசாயி
இன்பங்கள் துலைத்து
ஈடணமில்லா வியர்வை சிந்தி
உலகிற்கு உணவூட்டி
ஊடகமாய் திகழ்ந்து
எண்ணற்ற அவமாணங்களையும்
ஏமாற்றத்தையும் மறைத்துவிட்டு
ஒற்றுமையுடன் உழைத்து
ஓயாது தரணிக்காக ஓடும்
ஔவையின் உண்மையே
அஃதே உணவூட்டும் உழவனே!